நினைவெல்லாம் நீ...

பாலா மகாலிங்கம்

notionpress.com

INDIA • SINGAPORE • MALAYSIA

ISBN 979-8-88815-312-3

Contents

சில்லுனு ஒரு காலை

மழையில் நனைந்த காலை போல்

அவளில் நனைந்த மனது …

இலைகளில் இருக்கும் மழைத்துளி போல்

எஞ்சியிருக்கும் அவள் நினைவுகள் …

துளிகள் வெளிச்சத்தில் ஒளிர்வது போல்

புன்னகையில் மிளிரும் அவள் முகம் …

குளிர்ந்தாலும் காற்று இதம்

நினைவே ஆனாலும் அவள் ரம்யம் …

துளிகள் காற்றில் கலைவது போல்

நிஜத்தில் கலைகிறது நினைவு …

இன்னொரு மழை வரும் வரை …

வானவில்

மிதமான வெய்யிலில்

ஆர்ப்பாட்டம் இல்லாத மழை

சட்டென முளைக்கும் வானவில் ...

வெயிலில் வெளுக்காத,

மழையில் கரையாத,

வண்ணக் கோலம் ...

இதென்ன ரம்யம் என வியக்கும்முன்

கலைந்து போகும் ...

அவள் முளைத்ததும் அப்படித்தான்

கலைந்து போகும் வரை ...

காதல் மழை

பட்டுப் போகும் நிலையில் மரம்

காத்தது ... சட்டென பெய்த மழை

காத்த மழை மீது காதலில் ... மரம்

கடன் செய்த மகிழ்ச்சியில் மழை

மழை தனக்கு ஆனதல்ல என்றறியா மரம்

மரம் கொண்ட காதல் அறியா மழை

காதலைச் சொல்ல பூங்கொத்தானது மரம்

வருகையை நிறுத்திக் கொண்டது மழை

காத்திருந்து பூவும் இலையும் இழந்த மரம்

மீண்டும் பட்டுப் போகும் நிலையில் ...

இது கால சுழற்சி

பருவ மாற்றம்

மழையின் கடனும்

மரத்தின் காதலும் தொடரும் ...

என்றாவது பருவம் தவறி பெய்யும்

மழையை எதிர்பார்த்து தன் உணர்வைச் சொல்லக்

காத்திருக்கும் மரம் ...

புரிந்தது உறுதி

என் உறுதியில்

எனக்கு நம்பிக்கை உண்டு

உன்னுடன் இறுதி வரை

என்ற உறுதி ...

நீயும் நானும் நாமாக

நெடுந்தூர பயணம் உறுதி

பூக்கள் நிறைந்த பாதையில்

சில முட்கள் உறுதி ...

முதலில் முட்கள் பூக்கள்

போகப் போக பூக்கள் முட்கள்

பாதையில் மாற்றமில்லை

உறவில் உரசல் உறுதி ...

உன் உரசலில் சேதமானாலும்

உறவை நேசித்தேன்

என்னில் சில ரணங்கள்

ஆறாத வடுக்கள் உறுதி ...

என்னை சிதலப்படுத்திய நீ

உளியா ... சம்மட்டியா...

என் இறுதி வடிவம்

சிலையா ... கற்குவியலா ...

நம்மைப் படைத்த

சிற்பிக்காவது தெரியுமா ...

சிற்பிக்கோ சிரிப்பு ...

சிரிப்பினூடே கேட்டான் ...

அவள் உளியாவதும் சம்மட்டியாவதும்

உன் பார்வையில் அன்றோ இருக்கிறது ...

ஏதோ ஒன்று புரிந்தது உறுதி!

இழக்க ஏதுமில்லை

இலை உதிர்த்த மரம்

மீண்டும் பூத்து குலுங்கும் ...

கடல் சேர்ந்த அலை

மீண்டும் கரை சேரும் ...

இரவில் தொலைந்த சூரியன்

மீண்டும் காலையில் கிடைக்கும் ...

மெல்லக் கரையும் நிலவு கூட

மீண்டும் பௌர்ணமியில் முழுதாய் மின்னும் ...

இன்னும் எத்தனையோ இப்படி

இயற்கையில் ..

இழந்தது எதுவாக இருப்பினும்

வேறொரு வடிவத்தில்

மீண்டும் நம் வசம் வரும் ...

வடிவம் தவிர்த்து

உணர்வில் கவனம் கொண்டால்

இழந்ததாக நினைத்தது

உன் அருகில்

உன் அங்கீகாரத்திற்கு

வெகு காலமாக

காத்திருப்பது புரியும் ..

இருப்பதில் ஆனந்தம் கண்டால்

இழந்தது ஏதும் இல்லை

என்பது விளங்கும் ...

தொலைந்த மனது

தொலைந்து போக

துடித்த மனதுக்கு

வாய்த்தது

பாதையில்லா பயணம் ...

மைல்கல், ஊர்,

தூரம், திசை

எதுவுமற்ற பயணம் ...

விரும்பிய திசையில்

முடிகிற வரையில்

தனிமை துணையாக

மகிழ்ச்சியான பயணம் ...

தொலைந்து களைத்த

மனது என்றாவது

போதும் என்றால்

பழகிய பாதை தேடலாம்

சக பிரயாணிகளோடு சேர்ந்து

பயணிக்கலாம்...

அதுவரை ...

எங்கிருக்கிறாய் என்று

கேட்டால் என் சொல்லும்

மௌனியான

இந்த மனது ....

என் வானவில்

என் வானவில்லை காணவில்லை
எங்கே என வானத்தை கேட்டேன்
என்னை ஏன் கேட்கிறாய்
என்றது வானம் ...

எனக்குப் பிடித்த மழையை கேட்டேன்
என் பணி நீடித்ததால்
எனக்கு நேரமில்லை
என்றது மழை ...

என்றும் ஒளிரும் சூரியனைக் கேட்டேன்
என்றோ ஒருநாள் வருபவளைப் பற்றி
என்னைக் கேட்காதே
என்றது சூரியன் ...

என்றாவது சூரியனும் மழையும்
என் மேல் ஒன்றாக பொழியும்பொழுது
எவரிடம் கேட்பது
என்ற கேள்வி ...

என் வானவில் முன்
எழவே இல்லை ...

❖

தொலைந்த இடம்

எங்கு தொலைந்தேன்
எப்படி தொலைத்தேன்
என்னைத் தேடி
எத்தனை காலம் ...

இங்கு தான் தொலைந்தேன்
என்று காலம் உணர்த்தியது
இருக்கிறேனா என்று
துலாவிய பொழுது ..

தொலைத்த இடத்தில்
நானில்லை ...
தொலைந்தது என் தவறென
உணர்ந்தேன் வலித்தது ..

எனை மீட்க
என்ன செய்ய?
மீண்டு வந்தாலும்
முழுதாய் இருப்பேனா?...

தொலைத்தது
தொலைந்ததாகவே
இருக்கட்டுமே ...

இல்லை என்ற
இடத்தில்
இருக்கிறேன்
என்று என்றாவது
உறுதிப்படும் ...

அன்று ...
தொலைந்த இடம்
என் தேடலின்
முற்றுப்புள்ளி

சாம்பலில் தீ

சாம்பல் குவியலில்

தீ பற்றுமா ...

அதிசயம் ... பற்றியது!

கொழுந்து விட்டு எரிந்தது ...

தன்னை இழந்த சாம்பல்

சுயம் தேடியது ...

இந்த மாற்றம்

நிரந்தரம் என்றறிந்தது ...

காற்று மறுத்து

தீ அணைத்தது ...

மிஞ்சிய கனலில்

கங்காகியது சுயம் ...

அழியும் வரை

கனன்று கொண்டே

இருக்கத் துடிக்கிறது ...

மீண்டும் அந்த

அதிசயம் நிகழாதா

என்ற ஏக்கத்துடன்

கால அருவியில்

தலை கொடுத்து

காத்திருக்கிறது ...

குளம்

எத்தனை பெரிய கல்

விழுந்தாலும்

தாங்கும் ஆழம்

தன்னிடத்தில்

என்று இறுமாந்திருந்த

குளம் ...

விண்கல் ஒன்று

விழும் என்று

சற்றும் எதிர்பார்க்கவில்லை

குளம் இருந்த இடத்தில்

பெரும் குழி

மட்டுமே மிச்சம் ...

காலம் குழியை

நீரால் நிரப்பி

தான் மீண்டு வருவோம்

என்ற நம்பிக்கையில்

குளம் ...

வெள்ளைக் காகிதம்

ஒரு வெள்ளைக் காகிதம் ...

தன் இருப்பை அர்த்தமுள்ளதாக
ஆக்க தூவலின்
துணை நாடியது

அந்த உறவு
தன்னை முழுதாக்கும்
என நம்பியது

மை துறந்த தூவல்
காகிதத்தைக் கிழித்தது
கிழிவது தெரிந்தும்
கீறல் தொடர்ந்தது

ரணங்கள் வடுக்களாக
வடுக்கள் மீண்டும்

ரணங்களாக ...
இந்த உறவின்
தன்மை பிடிபடாது
தவித்தது காகிதம்...

முழுதாய் கிழிந்து
மொத்தமாய் தொலைந்து
போகும் நிலையில்
காகிதம் இருந்தபோது...

சற்றும் எதிர்பாராத
அவள் அறிமுகம்
சில கிறுக்கல்களில்
தொடங்கியது

கிறுக்கல்களே ஆனாலும்
இத்தனை இதம்
இதற்கு முன்
கண்டதில்லை காகிதம்

கிழிசல் வழியே
இன்னொரு உலகம்

ரசிக்கக் கற்றுக்
கொண்டது

அந்த உலகம்
ஒரு சில நிமிடங்கள்
நீடித்தாலும்
ஏகாந்தம்

கீறல்கள் பழகிய
காகிதம்
இன்று கவிதைகளால்
நிரம்பி வழிகிறது ...

இதற்கான அர்த்தம்
காலம் சொல்லும்
என்ற கனவுடன்
கவிதை தந்தவளிடம்
மனதைப் பறிகொடுத்து
காத்திருக்கிறது

இந்த வெள்ளைக் காகிதம். ...

கசியும் காதல்

அத்தனை நீரையும்

தேக்கும் அணைக்கட்டில்

சிறு துளிகளாய்

நீர் கசிவது போல

எத்தனையோ நினைவுகளும்

கனவுகளும்

தேக்கி வைத்தாலும்

அவ்வப்போது

காதலாய்

கசியத்தான்

செய்கிறது ...

கண்ணாமூச்சி ஆட்டம்

கண்ணாமூச்சி ஆட்டத்தில்
பிடிபடாமல் தப்பிப்பது
வெற்றி என்றாலும்
தான் பிடிபட மாட்டோமா
என்ற எண்ணமே
விளையாட்டின் வெற்றி ....

நினைவுகள் கண்ணாமூச்சி
ஆடினால் ...

சொல்ல முடியாத
எத்தனையோ நினைவுகள்
தான் பிடிபட மாட்டோமா
வெளியில் வர மாட்டோமா
என்ற ஏக்கத்தில்
இருளில் தொலைந்து
ஆட்டம் முடிந்தது கூட
தெரியாமல்

இன்னும் ஒளிந்த
இடத்தில்
காத்திருக்கிறது

நிஜம் ஆடும் ஆட்டத்தில்
நினைவுகளுக்கு ஏது
இடம் ...
நிஜம் ஆடும்
கண்ணாமூசசி
நினைவுகளுக்கு
புரிந்ததே இல்லை ....

நிஜத்திற்கும்
நினைவிற்கும்
நடக்கும்
கண்ணாமூச்சியில்
நிஜம் ஜெயிக்கிறது ...
நினைவுகள்
இன்னும் பிடிபட
காத்திருக்கின்றன ...

நினைவுகள்
நிஜம் ஆகும் வரை ...

பிம்பம்

காற்றில் கலையும்

தண்ணீரில்

உறைந்திருக்கும்

பிம்பம்...

மனதில் எழும்

சஞ்சலங்கள் கூட

காற்று போலவே ...

மனம்

தண்ணீர் அன்றி

வானம் போலிருந்தால் ...

சஞ்சலங்கள்

பிம்பங்களை மட்டுமே

கலைக்க முடியும் ...

ஏகாந்தம்

நீல வானம்

இதமான வெயில்

குளிர் தென்றல்

இலைகள் உரசும் சத்தம் தவிர

வேறேதும் இல்லா

ரம்யமான காலைப் பொழுதில்

சூடான தேநீருடன்

அவள் நினைவு

சேர்த்து பருகும்

அனுபவம் ... ஏகாந்தம்

புரிதல்

புரிதலில்

வார்த்தைகளின்

பங்கு

மௌனம் நிரப்பிய

அர்த்தங்களின்

மிச்சத்தைப்

பொறுத்து …

சிற்பியின் நேசம்

எத்தனையோ
கலை நுணுக்கங்களுடன்
இரவு பகல் பாராது
ஒரு கல் என்றும்
பாராமல்
நேசம் கொட்டி
வடிவான சிலை
அமைத்தாலும் ...
சிலைக்கென்ன
தெரியும்
செதுக்கியவனின்
நேசம் பற்றி ...

தேடல்

எனை என்ன செய்தாய்

இப்படி இருந்ததில்லையே

இது வரையில் ...

நிறமில்லா வானில்

திடிரென பூத்த

வானவில் நீ ...

உன் வண்ணங்களில்

எனைத் தொலைத்தேன் ...

தொலைந்த பின்னரே

உரைத்தது,

நீயே நிரந்தரம்

அல்ல என்று ...

எனை மீட்க... நீ வேண்டும்

நீயோ .. என் வானம்

வேறு என்கிறாய் ..

உனை அழிக்க மனமில்லாமல்

உன் வண்ணங்களை

நினைவில் நிறுத்த

பழகிக் கொள்கிறேன் ..

இன்னும் சில காலம்

இருப்பாயா ...

கேட்டு முடிக்கும் முன்

மறைந்து போனாய் ....

நினைவுகளில்

பதிந்த வண்ணங்களில்

இன்னும் என்னைத்

தேடிக் கொண்டிருக்கிறேன் ...

கானல் நீர்

கானல் நீரில்

தாகம் தீராதென்பது

தெரியாததல்ல ...

நீர் கண்டு

நெடு நாள்

ஆன உயிர்

கானல் காட்டும்

வித்தையில்

தன்னை மறந்து

கானல் மீது

காதல் கொண்டு

தாகம் மறக்கிறது

இது போதும்

என்கிறது

இரவு கவிழும்பொழுது

கானலைத்

தேடி அலைகிறது

தன்னிலை புரிகிறது

வெட்கி விக்கி

நிலம் நீங்குகிறது ...

கோபம் கொள்

கோபம் கூடாது

என்கிறார்கள்,

சொல்பவர்களுக்கு என்ன ..

நீ கோபம் கொள்!

அப்பொழுது மட்டுமே

என் முகம்

பார்த்து பேசுகிறாய்

நீ கோபம் கொள் ...

இந்த பழக்கத்தை

மற்ற உணர்வுகளுக்கும்

கடத்தும் வரை

நீ கோபம் கொள்!

தனிமை

தனிமை மொத்தமாய்

வியாபித்திருக்கும்

வேளைகளில்

உன் அருகாமை

முழுதாய் உணர

முடிகிறது ...

கூடவே

உன் இன்மையும் ...

இன்மை

உண்மையானாலும்

அருகாமை

உணர்வே ஆனாலும்

உன் வாசனை

உன் புன்னகை

உன் பார்வை

உன் ஸ்பரிசம்

அத்தனையும்

உண்மை ....

இன்மை

ஒரு ஓரமாக

இருந்து விட்டு

போகட்டுமே ....

சொல்லில் தொலைத்தது

சொல்ல

நினைத்ததை

சொல்லத்

தெரியாமல்

வார்த்தைத் தேர்வில்

கோட்டை விட்டு

அர்த்தம் தொலைத்தது

உரையாடல்களில்

மட்டும் அல்ல

உறவுகளில் கூட ...

நித்திரை

உன் முகமும்

புன்முறுவலும்

மறையும் வரை

நித்திரை இல்லை

அவை மறைத்து

தூங்கும் அளவுக்கு

மனம் கல் இல்லை

இன்னொரு

இரவு தூக்கம்

தொலைத்தேன் ....

நாவின் இருப்பு

உன் முகம் பார்த்து

ஆயிரம் சொல்ல ஆசை

உனை பார்த்தவுடன்

எல்லாம் மறந்து

எல்லாம் மறைத்து

வானிலையும் அரசியலும்

பொது விஷயங்களும்

பேச அசையும்

இந்த நா

இருந்தென்ன ...

சுதந்திரம்

காற்றில் சுவற்றில்

மோதிக் கொள்ளும்

கதவுக்குக் கூட

தன் நிலை

வெளிப்படுத்தும் சுதந்திரம்

இருக்கத்தான் செய்கிறது ...

சூறாவளியே வீசினாலும்

கல் போல்

உரைந்திருக்கிற

மனதிற்கு

கதவின் சுதந்திரம்

ஆச்சரியம் அன்றி

வேறென்ன ....

வெற்றிடம்

வெற்றிடத்தை
கனவுகள்
மட்டுமே நிரப்பி ...
நிரம்பியது போல
மனதை
எத்தனை நாள்
ஏமாற்ற முடியும் ...

மனதிற்க்கேது வயது

இப்படி நிகழும்

என நினைக்கவில்லை

இத்தனை காலம்

கடந்து

இதயம் இலகும்

என கனவில்

கண்டதில்லை

மீண்டும் கனவு காண்பேன்

என எதிர்பார்க்கவில்லை

இனி என்ன என

என்றிருந்த மனது

இன்னும் என்ன

என்று கேட்கும் என

யோசித்தது இல்லை ...

மனதிற்கென்ன தெரியும்

இனி என்ன என்பது

இன்னும்

எத்தனை கொடுமையானது

என்று ...

சாதாரண மதியம்

சூரியன் பளீரிடும்

சாதாரண மதியம் ...

எங்கிருந்தோ வந்த

மேகங்கள் சூரியனை

மறைக்க கூட்டம்

சேர்க்கிறது ...

சூரியன் இன்னும்

பிரகாசமாக ஒளிர்கிறது ...

இந்தக் கண்ணாமூச்சி ஆட்டத்தில்

சிறு தூறல் துளிர்க்கிறது ...

மழையாய் மாறுகிறது ...

சூரியன் மேகப்

போர்வைக்குள்

ஒளிய மறுக்கிறது ...

இந்த ஆட்டம் ரசிக்க

வானம் பார்த்தபொழுது

அழகாய் ஒரு வானவில் ...

சில நொடிகளே

ஆனாலும்

அந்த மதியம்

இனி சாதாரணமல்ல ...

அது போல் தான்

உன் நினைவும் ...

நினைத்த நாட்கள்

நினைத்த பிறகு

சாதாரணமாக

இருந்தது இல்லை ...

மழையோடு நீ

மழையுடன்

காற்று, இடி, மின்னல்

வருவது இயல்பு ...

நீ நினைவில்

வந்தால் ...

இந்த இயல்பிற்கு

பழக மனம்

இன்னும் மழை

வேண்டுகிறது ...

சருகு

காற்றில் மிதக்கும்

சருகிற்கு ..

வந்த தடம்

தெரியாது ...

இருந்த இடம்

திரும்ப இயலாது ...

காதலில் விழுந்த

மனமும்

அப்படியே ...

தனிமையின் தன்மை

தனிமை ...

மனம் வாட்டும்

உயிர் உறுக்கும்

உலுக்கி எடுக்கும்

மனம் பிசகும்

சுயம் இழக்கும்

பசி மறக்கும்

மனம் குழப்பும்

சிந்தனை சிதறும்

கோபம் கொள்ளும்

நிலை மறக்கும்

தூக்கம் துறக்கும்

துணை வெறுக்கும் ...

அதே தனிமை

காதல் வசப்படும்

கவிதை எழுதும்

வானம் பார்க்கும்

மழை ரசிக்கும்

மலை பிடிக்கும்

மலர் நுகரும்

தனியாய் சிரிக்கும்

கனவு காணும்

நிதர்சனம் மறக்கும்

வாழ்வு இனிக்கும்

மனம் மிதக்கும்

துணைக்கு ஏங்கும் ...

அவள் வருகையால்

தனிமை இனிதானது

வெறுமை வெளியேறியது

இந்தத் தனிமையில்

இனி கடத்தும்

காலம் அழகானது ...

மின்மினிப் பூச்சி

இருள் அடைந்த

உள்ளத்தில்

மின்மினிப் பூச்சியாய்

உன் நினைவுகள் ...

இதற்குப் பழகிய

மனதிற்கு

நிஜத்தின் வெளிச்சம்

கண் கூசச்

செய்கிறது ...

கண் மூடி

நிஜம் மறுத்து

மின்மினிப் பூச்சியை

தேடுகிறது

மனது ...

சுயம்

இத்தனை கொடூரமான

என்னை எனக்கு

அறிமுகம்

செய்து வைக்கிறாய் ...

நீ காட்டிய

நான் கண்டு

எனக்கே

வெறுப்பும் கலக்கமும் ...

உன்

வெறுப்பும், கோபமும்

நியாயமே ...

அதிர்வில் உறைந்திருக்கும்

உனக்கு

இது நானல்ல

என்ற வாதம்

கேட்க மறுப்பது

புரிகிறது ...

என்னை இப்படி

நீ உருவகப்படுத்த

என்ன செய்தேன்

என்ற கேள்வி

கேட்டுக் கொள்கிறேன் ...

விடை தெரிந்தாலும்

என் சுய உருவு

வெளிப்பட்டாலும்

எது நிஜம்

என்ற குழப்பத்தில்

எஞ்சிய நேரம்

கழியுமோ ...

காலத்தின் கையில் ...

இரவும் தனிமையும்

சில இரவுகளில்

சடாரென விழித்துக்

கொள்கிறேன் ...

இருள் பழகிய கண்கள்

அறையை நோட்டமிடுகிறது

சுழலும் மின்விசிறியில்

பார்வை நிலைக்கிறது

இரவுகளில் அறை

பெரிதாகத் தோன்றுகிறது

படுக்கை உள்பட ...

அத்தனை பெரிய

படுக்கையை பகிரும்

தலையணை கூட

தள்ளியே இருக்கிறது ...

இரவின் அமைதி

சத்தமாக கேட்கிறது

தனிமையின் தாக்கம்

மொத்தமாக நெஞ்சை

நிறைக்கையில்

வெளியில் நாய் குறைக்கும்

ஒசை ..

எழுந்து சென்று

என்னடா தனியா இருக்க

பயமா இருக்கா? என்று

நாயை விசாரித்துவிட்டு

தண்ணீருடன் தனிமையையும்

அருந்தி

மீண்டும் தூக்கம்

தேடுகிறேன் ....

இலவம்

இந்த இலவம் பழமாகாது

பஞ்சாக வெடிக்கும்

என தெரிந்தே

காத்திருக்கும்

கிளியாகிப் போனேன்

உன் கிளையில்

அமர மனம்

நிர்பந்தித்த

நொடியில் இருந்து ..

இரு புள்ளிகள்

இரு புள்ளிகள்

ஒன்றை நோக்கி

ஒன்று பயணிக்கையில்

ஒரு கணத்தில்

ஒரு புள்ளி ஆகிறது

தான் என்கிற

சுய அடையாளம் இழந்து

நாம் என்கிற புது அடையாளம்

பெறுகிறது

இந்த சங்கமம்

நிறைவேறும்பொழுது

இந்த இருப்பு

அர்த்தம் கொள்கிறது ...

விண்மீன்

எத்தனை கோடி

விண்மீன்கள்

இருந்தாலும்

வெண்மதி இல்லா வானம்

உன் இன்மை உணர வைக்கிறது

இல்லாத வெண்மதியை

விடியும் வரை

தேடிக் களைத்து

நாளை வரும்

என்ற கனவோடு

உறங்குகிறது மனது ...

அதிசயம்

இருக்க மூடிய

கைக்குள்

ஒரு உலகம்

கற்பனை செய்து

திறந்த பின்

அது மாயமான

அதிசயத்தில் லயித்து

மீண்டும் மீண்டும்

விளையாடச் சொல்லும்

குழந்தையின் குதூகலம்

ஒத்திருக்கிறது

உன்னிடம் சிறைப்பட்ட

மனது ....

நிம்மதி

நினைவுகள் அற்ற

நித்திரை நிறை ...

நீ இல்லா

நினைவுகள் குறை ...

நினைவுகளில் மட்டுமே

நீ என்ற குறை ...

எழுத்துக்கள் முற்றிலும்

நீ மட்டுமே என்ற நிறையில் ...

நித்திரை நிம்மதியில் ...

கணங்களின் கனம்

வெற்று

கணங்களுக்கு

கனம் சேர்க்கும்

நினைவுகள் ...

விழுந்த கணங்களும்

எழுந்த கணங்களும் ...

இன்றைய நிகழ்வுகள்

நாளைய நினைவுகள் ...

இதுதான் நிகழ வேண்டும்

என்று வேண்டும் மனம் ...

விழ்வதற்கும்

மீண்டு எழுவதற்கும்

தயாராகவே இருக்க வேண்டும் ...

எத்தனை தயாராக

இருந்தாலும்

எளிதில் விழும் மனம்

மீண்டு எழ

தடுமாறவே செய்கிறது ...

அப்படியே சிரமப்பட்டு

எழுந்தாலும்

மீண்டும் விழவே செய்கிறது ...

இதென்ன மனமே

என்று கேட்டு

முடிக்கும் முன்னே

முடிந்து போகிறது

வாழ்க்கையும் அதன்

வரையறுக்கப்பட்ட

கணங்களும் ...

இருப்பு

இருப்பு

அர்த்தமற்றதாகும் பொழுது

இறப்பின்

அர்த்தம் புரிகிறது ...

புரிந்தாலும்

இருப்பு இருக்க

காரணம் தேடுகிறது ...

பொறுப்பு எனும்

பொய்யில்

இருந்தே இறக்கிறது ..

இறந்தும் இருப்பது

இதயம் இயக்கும்

ஒரு சில

உயிருக்காக

மட்டுமே ....

வெக்கை

வாழ்க்கை வெக்கை

தணிக்க

கடல் காற்று

வாங்க வந்த

இரு கால்கள்

காற்றுடன்

கால் தழுவிய

அலைகளின் குளிர்ச்சியில்

அங்கிருந்து நகர மனமின்றி

மணலில் தன்னைப்

புதைத்துக் கொண்டன ...

அங்கேயே நிற்பதால்

வெக்கை கொஞ்சம்

குறையலாமே தவிர

தீர்ந்து விடப்

போவதில்லை

என கடல்

கதறும் பாடம்

அலை இரைச்சலில்

காதில் விழுவதில்லை ....

அலையும் கரையும்

எத்தனை முறை
முயன்றாலும்
அலையின் அணைப்பை
கரை ஏற்றதில்லை ...
அதற்காக அலை
ஓய்ந்து விடுவதில்லை ...
என்றாவது ஒரு நாள்
தன்னைப் புரிந்து கொண்டு
கரை தன்னை
ஏற்றுக் கொள்ளும்
என்று விடாமல்
முட்டி மோதுகிறது ...
கரையால் தன்னை
என்றுமே ஏற்க இயலாது
என்ற நிதர்சனம்
புரியும் பொழுது
அலை என்ன
செய்யுமோ ....

விளக்கு

என் நிழலாய்

மாறிப்போன

அவள் மேலான

உணர்வுகளை

மறக்கச் சொன்னாள் ...

மறக்க முயன்று

முடியாமல்

இருளில்

மறைத்து வைத்தேன் ..

விளக்காய் அல்லவா

தொடர்ந்து

வருகிறாள் ....

வெறுமை

நிராகரிப்பிற்கு
பழகிய மனது
கேட்பதை
நிறுத்திக் கொள்ள
பழகிக் கொள்கிறது ...
எதிர் பார்த்து
ஏமாந்து போன மனது
வேண்டுவதை
நிறுத்த வேண்டுகிறது ...
நிராசையில்
ஒடிந்த மனது
ஆசைப் படுவதை நிறுத்த
ஆசை கொள்கிறது ...
இத்தனையும்
பழகிய மனதிற்கு
வெறுமை தவிர
வேறென்ன சிந்தனை
இருக்க முடியும் ...

அவளும் நானும்

பாறையாக இருந்தாலும்

அலை மோதும் பொழுது

வலிக்கத்தான் செய்கிறது ...

தன் மேல்

அலைக்கென்ன கோவம் என்று

கவலை கொள்கிறது பாறை ...

தவறே செய்யாத தன்னைத்

தாக்கும் அலையைத்

தண்டிக்கத் துடிக்கிறது பாறை ...

அலையைத் தண்டிக்கும் முயற்சியில்

தன்னைச் சிறுக சிறுக

இழக்கத் துவங்குகிறது பாறை ...

அலையின் போக்கு

தன்னிச்சையானது என்று

பாறைக்குப் புரிய வைக்கிறது காலம் ...

அலையின் நோக்கம்

தன்னை நகற்றுவதோ, புண்படுத்துவதோ அல்ல

என்பது பாறைக்குப் புரிகிறது ...

தன் மேல் மோதும் அலைகள்

சிதறி சிறு துளிகளாய் சிதறுவதைப் பார்த்து

ரசிக்கத் துவங்குகிறது பாறை ...

பாறைக்கு இனி வலிப்பதே இல்லை ...

கிறுக்கல்கள்

வெற்றுக் காகிதம்
எடுத்து
மனம் சொல்லும்
சொற்கள்
கிறுக்குகிறேன்...
கவிதையோ
மடலோ
கடிதமோ
அதன் இறுதி
வடிவம் அதை
முடிவு செய்யும் ...
ஏன் இந்த
பயிற்சி
எதற்கு இந்த
முயற்சி
மனம் கேட்கும் .,.
எழுதும் பொழுது

அவள் அருகாமை

உணர்கிறேன்

என்பதைத் தவிர

வேறொன்றுமில்லை ....

சில நொடிகளே

கிறுக்கல்

ஆனாலும்

சில நாட்களுக்கு

அருகாமை தந்த

அவள் வாசம்

நீடித்து இருக்கும் ...

நாசி வாசம்

தொலைக்கும் பொழுது

வெற்றுக் காகிதம்

மீண்டும்

கைகளில் ...